ANG PRINSIPENG DUWAG

The Cowardly Prince

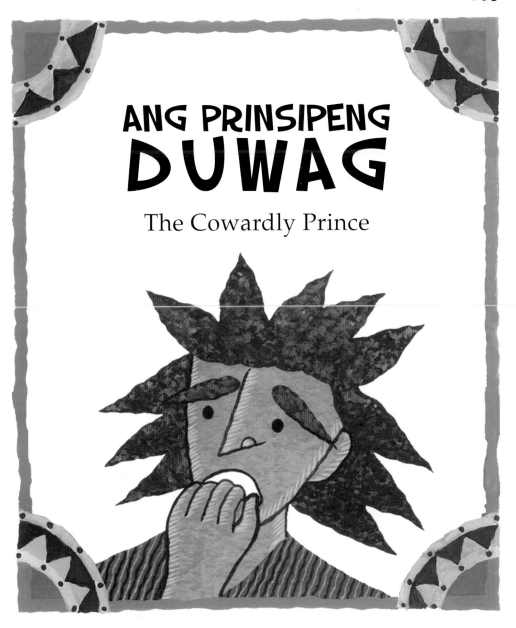

Muling isinalaysay ni • *Retold by*
Christine S. Bellen

Iginuhit ni • *Illustrated by*
Ruben de Jesus

Ang Prinsipeng Duwag
Muling isinalaysay ni Christine S. Bellen
Iginuhit ni Ruben de Jesus

Karapatang-ari ng Anvil Publishing Inc., nina
Christine S. Bellen, at Ruben de Jesus, 2005

Inilathala at ipinamamahagi ng
ANVIL PUBLISHING INC.
8007-B Pioneer St., Bgy. Kapitolyo, Pasig City 1603 Philippines
Sales/Marketing: 637-3621; 637-5141; 747-1622; marketing@anvilpublishing.com
Fax: 637-6084

Salin sa Ingles ni Ani V. Habúlan

ISBN 971-27-1665-1

Inilimbag sa Pilipinas
ng Cacho Hermanos (Subic), Inc.

•••

The Cowardly Prince
Retold by Christine S. Bellen
Illustrated by Ruben de Jesus

Copyright by Anvil Publishing Inc.,
Christine S. Bellen, and Ruben de Jesus, 2005

Published and exclusively distributed by
ANVIL PUBLISHING INC.
8007-B Pioneer St., Bgy. Kapitolyo, Pasig City 1603 Philippines
Sales/Marketing: 637-3621; 637-5141; 747-1622; marketing@anvilpublishing.com
Fax: 637-6084

English translation by Ani V. Habúlan

ISBN 971-27-1665-1

Printed in the Philippines
by Cacho Hermanos (Subic), Inc.

•••

Maaaring sulatan sina/*You can write*
Christine S. Bellen sa/*at* **csbellen@yahoo.com**;
www.moonfairy.tk
&
Ruben de Jesus sa/*at* **totetdj@yahoo.com**

Para sa mga Guro at Magulang
For Teachers and Parents

Nalathala ang mga kuwento ni Lola Basyang sa isang popular na magasin, ang *Liwayway*, mula 1925 hanggang 1942. Maliban sa magasin at aklat, narating din ng mga kuwento ang iba't ibang lugar at anyo sa tulong ng komiks, radyo, pelikula, at telebisyon. Nakapaghandog ang mga kuwento ng tunay na kasiyahan sa kapwa bata at matanda.

Muling isinasalaysay ngayon ang mga kuwento ni Lola Basyang upang matunghayan ng henerasyong ito, at ng mga darating pa, ang yaman na mapagkukunan ng mga aral, aliw, at iba pang pag-unawa sa larangan ng panitikang Filipino.

The stories of Lola Basyang were published in a popular magazine, Liwayway, *from 1925 to 1942. Besides magazines and books, the stories found their way in many other forms through comic books, radio, film, and television and brought joy to both young and old.*

The stories are being retold now so that through them, this generation, and the next ones, will experience this rich source of valuable lessons, history, entertainment, and other important facets of Philippine literature.

Christine S. Bellen

Noong unang panahon, namumuno sa bayan ng Caceres nang matapang na si Haring Leon. Takot ang mga mandirigma mula sa ibang kaharian na lumusob sa bayan ng Caceres. Kaya naman payapa at masasaya ang mga tao rito. Lalo na nang ipanganak ng Reyna Celia ang Prinsipe Marko na magiging tagapagmana ng kaharian.

Once upon a time, the brave King Leon ruled the kingdom of Caceres. The other soldiers from neighboring kingdoms were afraid of him. The townsfolk were happy and content, especially when Queen Celia gave birth to Prince Marko, the heir to the king's throne.

Lumipas ang panahon at binata na ang prinsipe.

"Panahon na Anak upang matutunan mo ang pamumuno sa kaharian," sabi ng Haring Leon.

"Ikaw na ang mangunguna sa hukbo ng ating mga kawal," pagmamalaki naman ng Reyna Celia.

"Wala naman pong digmaan," sagot lang ng Prinsipe Marko.

Years went by and the prince grew up.

"It is time for you, my son, to learn how to rule the kingdom," King Leon said.

"You will now lead our kingdom's army," added Queen Celia with pride.

"But there is no war," Prince Marko replied.

Lingid sa kaalaman ng buong kaharian, ubod ng duwag si Prinsipe Marko.

Anu-ano kaya ang mga dahilan ng Prinsipe Marko para hindi mahalata ang kanyang kaduwagan?

"Kumusta naman po ang mga tao sa ating pamilihan?" iniiba niya ang usapan kapag digmaan ang pinagkukuwentuhan.

"Marami pa po akong librong babasahin," kapag kailangan nang mag-ensayo sa paghawak ng espada.

Nobody knew that Prince Marko, heir to the throne of a brave king, was a true coward.

Can you think of the many ways Prince Marko concealed his cowardice?

"How are the vendors in the market?" he would ask, to change the subject of war.

"I still have a lot of books to read," he would say when he needed to practice with his sword.

Lagi ring nakasara ang pinto ng kanyang maluwag na silid upang hindi marinig ang kanyang pagsigaw sakali't may ipis na mapadaan sa kanyang paanan.

"Ayoko ng mga nakakadiring insekto!" sabi ng prinsipe habang ipinalilinis ang bawat silid at bulwagan.

He also locked the door of his bedroom so that nobody would hear him shriek when a cockroach crawled on his feet.

"I hate insects!" exclaimed the prince while the servants were cleaning the rooms in the castle.

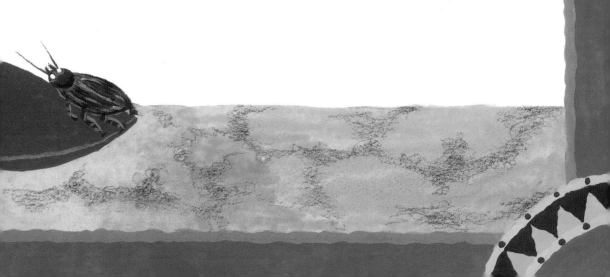

Isang araw, nagkasakit ang Haring Leon. Kasunod nito ang masamang balita na lulusubin sila ng mga mababangis na mandirigmang Gurko. Hiniling ng hari na pamunuan ng Prinsipe Marko ang kanyang hukbo.

"Mas takot po ang mga mandirigma sa inyo at siguradong mananalo tayo kapag kayo ang namuno sa ating mga kawal," nangangatog na sagot ng prinsipe sa kahilingan ng ama.

One day, King Leon fell ill. With this came the news that the ferocious Gurkha warriors were about to attack the kingdom of Caceres. The king asked Prince Marko to lead their army in fighting the enemy.

"The enemy is more afraid of you, Father. We are sure to win the battle if you lead our army to battle," the prince nervously replied to his father's request.

Walang nagawa ang maysakit na hari. Pinamunuan niya ang hukbo at nanalo sila laban sa mababangis na Gurko. Ngunit lumala ang karamdaman ng hari matapos ang digmaan. Hindi na ito nakabangon simula noon. Muling lumusob ang mga Gurko.

The poor king had no choice. He led the army of Caceres to victory over the Gurkhas. But the health of the brave King Leon worsened. He could not even stand up. The Gurkhas attacked again.

Ang reyna na ang nakiusap sa Prinsipe Marko. Pumayag ang prinsipe. Ngunit sa araw na haharap na sila sa kalaban, hindi na matagpuan ang prinsipeng duwag. Nasakop ng mga Gurko ang bayan ng Caceres.

The queen pleaded with her son to lead the army to war. Prince Marko finally agreed, but on the day of battle, the cowardly prince was nowhere to be found. Alas, the Gurkhas conquered Caceres.

Tumakas ang Prinsipe Marko. Nagtungo siya sa isang kahariang walang sinumang nakakakilala sa kanya. Dito siya umibig at nagpakasal kay Prinsesa Maria. Walang nakakaalam ng lihim ng prinsipe. Hindi niya ipinagtapat ang tunay niyang pamilya at pinanggalingang kaharian.

Prince Marko fled to a kingdom where nobody knew him. This was where he fell in love and married Princess Maria. Nobody knew the prince's secret. He never told anybody who his real family was and what kingdom he came from.

Minsan, isang digmaan ang nagbanta sa kaharian nina Prinsesa Maria. Inasahan ng hari na si Prinsipe Marko ang mamumuno sa kanilang mga kawal. Takot na takot ang duwag na prinsipe at wala siyang nagawa kundi ipagtapat sa asawa ang kanyang lihim.

A war loomed over the kingdom of Princess Maria. The king hoped that Prince Marko would lead the army to battle. The cowardly prince was terrified so he finally admitted his secret to his wife.

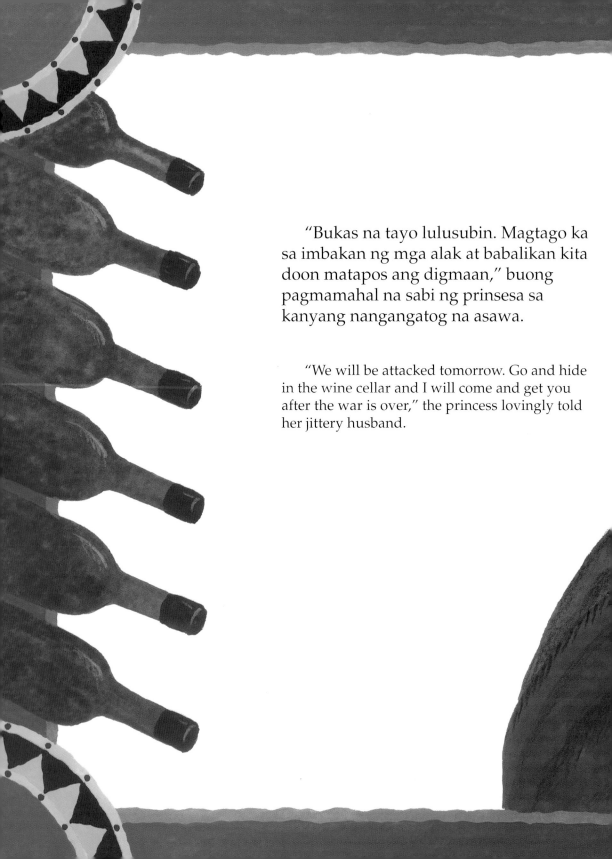

"Bukas na tayo lulusubin. Magtago ka sa imbakan ng mga alak at babalikan kita doon matapos ang digmaan," buong pagmamahal na sabi ng prinsesa sa kanyang nangangatog na asawa.

"We will be attacked tomorrow. Go and hide in the wine cellar and I will come and get you after the war is over," the princess lovingly told her jittery husband.

Ang prinsesa ang nagsuot ng kasuotang-pandigma ng prinsipe. Walang nakakilala sa kanya. Balot na balot siya sa kasuotang bakal. Ipinusod at ipinaloob ng prinsesa sa helmet ang kanyang mahabang buhok.

Nagtagumpay sa labanan ang Prinsesa Maria. Nagsaya ang buong kaharian at inakalang ang Prinsipe Marko ang namuno sa kanila. Pinuntahan agad ng prinsesa ang asawa upang ipasuot ang kasuotang-pandigma para sa paradang gaganapin.

The princess wore her husband's suit of armor. Nobody recognized her because she was fully clothed in metal. She tied her long hair in a bun and tucked it inside her helmet.

Princess Maria led her army to victory. The whole kingdom rejoiced, thinking it was Prince Marko who fought with their soldiers. The princess went to see her husband to let him wear the suit of armor for the parade.

Habang nagdiriwang ang lahat, muling lumusob ang mga kalaban. Wala nang nagawa ang prinsesa. Hindi siya makapagpapalit ng kasuotang-pandigma. Ngunit tumakas ang duwag na prinsipe. Kaya't nadakip ng mga mandirigma ang hari at ang Prinsesa Maria. Nagapi ang kanilang kaharian.

While the feast was going on, the enemy struck again. The princess could not do anything. She could not change into the suit of armor. Unfortunately, the cowardly prince fled again. The enemy captured the king and Princess Maria. The kingdom was conquered.

Hindi malaman ng duwag na prinsipe ang gagawin nang makalayo ito sa kaharian. Naalala niya ang mahal na asawa. Naisip niya ang laki ng sakripisyo nitong ginawa para sa kanya. Itinago nito ang kanyang lihim at isinugal ang buhay sa kamatayan.

"Lalaban ako para sa aking mahal na asawa. Kahit ikamatay ko pa!" matapang na ngayong sabi ng duwag na prinsipe.

Prince Marko did not know what to do. He remembered his loving wife and how much she had sacrificed for him. She kept his secret and risked her life in battle for him.

"I will fight for my wife, even if it means death!" vowed the cowardly prince.

Hindi akalain ng prinsipe na may kakayahan siyang lumaban at pamunuan ang mga kawal sa digmaan. Nanalo sila at nabawi ang kaharian. Nailigtas ang hari at ang Prinsesa Maria. Binalikan din ng Prinsipe Marko ang kaharian ng Caceres at nabawi ito mula sa mga Gurko. Humingi siya ng tawad sa kanyang mga magulang at kay Prinsesa Maria.

"Pag-ibig mo ang nagturo sa aking maging matapang," niyakap ni Prinsipe Marko ang mahal na asawa.

The cowardly prince was amazed at his ability to fight and lead an army in battle. They won the war and regained their kingdom. The king and Princess Maria were saved. Prince Marko later went back to the kingdom of Caceres and drove away the Gurkhas. He asked for forgiveness from his parents and his wife.

"Your love taught me to be brave, my dearest," said Prince Marko as he embraced his beloved wife.